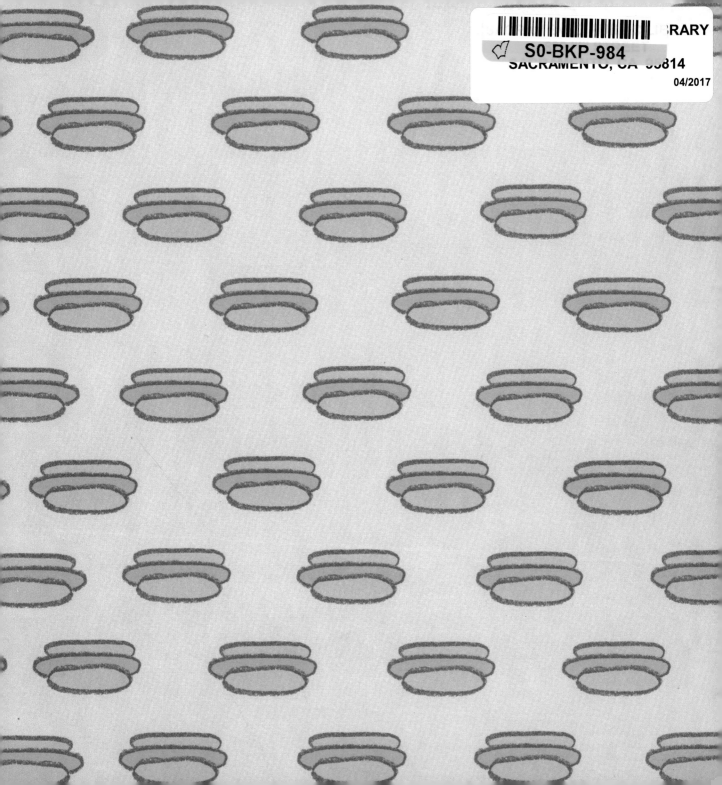

Tặng Cheryl

Chịu trách nhiệm xuất bản: PHẠM TRUNG ĐÌNH
Chịu trách nhiệm bản thảo: NGUYỄN THỊ ANH THƯ

Biên tập	Tạ Duy Anh – Huyền Trang
Trình bày	Thùy cốm
Thiết kế bìa	Tạ Quốc Kỳ Nam
Sửa bản in	Vũ Minh

NHÀ XUẤT BẢN HỘI NHÀ VĂN
65 Nguyễn Du - Hà Nội.
Tel: 04 38222135 | Fax: 04 38222135.
E-mail: nxbhoinhavan@yahoo.com.vn

LIÊN KẾT XUẤT BẢN VÀ PHÁT HÀNH:
CÔNG TY VĂN HÓA & TRUYỀN THÔNG NHÃ NAM
59 Đỗ Quang, Trung Hòa, Cầu Giấy, Hà Nội.
Điện thoại: 04 35146875 | Fax: 04 35146965.
Website: www.nhanam.vn | http://www.facebook.com/nhanampublishing
Email: nhanambook@vnn.vn.
Chi nhánh tại TP Hồ Chí Minh
Nhà 015 Lô B chung cư 43 Hồ Văn Huê, Phường 9, Quận Phú Nhuận, TP Hồ Chí Minh.
Điện thoại: 08 38479853 | Fax: 08 38443034
Email: nhanamhcm@hcm.fpt.vn

In 2.000 cuốn, khổ 21x21cm tại Công ty CP In Viễn Đông. Căn cứ trên số đăng ký kế hoạch xuất bản: 1068-2014/CXB/91-32/HNV và quyết định xuất bản số 523/QĐ-NXB HNV của Nhà xuất bản Hội Nhà Văn ngày 4.6.2014. In xong và nộp lưu chiểu năm 2014.

Bồ Câu Tìm Thấy Bánh Kẹp!

MO WILLEMS vẽ và kể
TRANG HẢI dịch

nhã nam NHÀ XUẤT BẢN
HỘI NHÀ VĂN

thoăn thoắt
thoăn thoắt
thoăn thoắt!

7

Đó có phải
"bánh kẹp xúc xích"
không ạ?

Cháu muốn hỏi.

Cháu chưa được ăn bánh kẹp xúc xích bao giờ...

Chúng có vị
thế nào ạ?

13

15

16

17

Tất nhiên rồi.
Mời chú!

Chú ăn đi ạ.

21

Ăn giống như bánh kẹ

Vậy ra ăn không
giống thịt gà ạ?

26

Ôi trời ơi!

Nào nào, cháu là một chú chim ham hiểu biết mà.

27

Đây là bánh kẹp xúc xích CỦA MÌNH, đúng không!?
CỦA MÌNH!
CỦA MÌNH!
CỦA MIN
Thật KHÔNG TIN NỔI!
Người ta vẫn nói "Chim tr
cá nước ai được thì ăn!"

31

Cháu có
ý này.

33

Mi thông minh ra trò đấy vịt con ạ.

Hừm... thêm chút mù tạt thì ngon tuyệt.